A JOURNEY BY AN OFFICE OF NON - PROFIT BROKER

BASED ON TRUE EVENTS

GYAN CHAND PATTANAYAK

Made with ♥ on the Notion Press Platform
www.notionpress.com

AS AN AUTHOR I WOULD LIKE TO DEDICATE THIS BOOK TO ALL TIMES LIKE THE PAST TIME ,THE PRESENT TIME AND THE FUTURE TIME BECAUSE THERE IS A HUGE DIFFERENCE BETWEEN THE TIME WHICH HAS PASSED AND THE TIME WHICH SUPPOSE TO COME AND EYE LIVE IN PRESENT TIME .

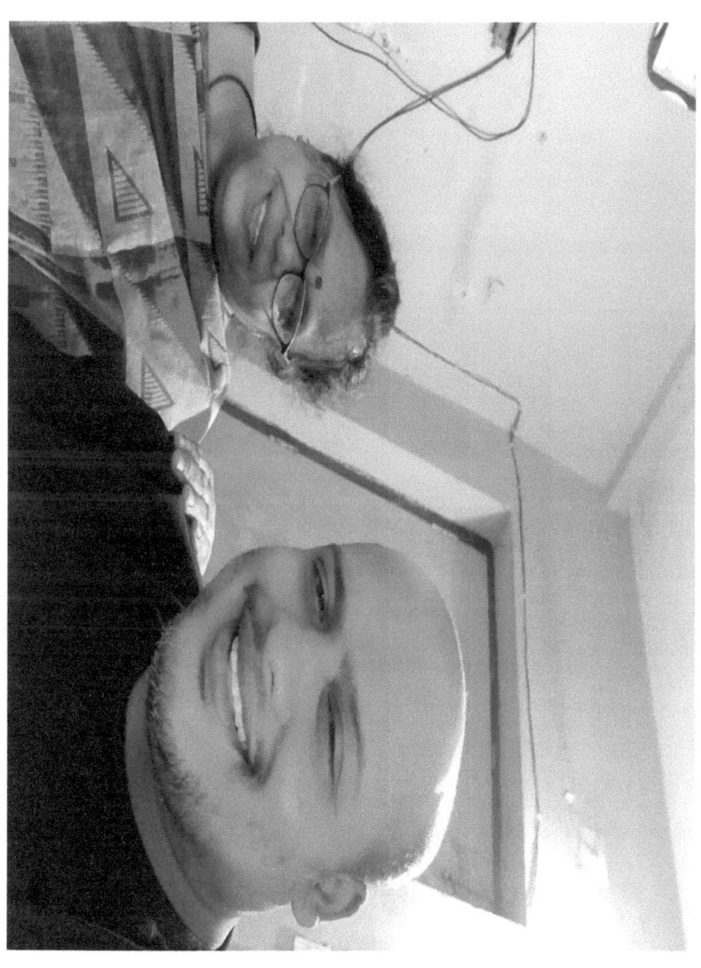

life with mother

Contents

Foreword

CARRIED OUT A DIFFICULT TASK WITHOUT ANY BROKERAGE FEES AND THE JOURNEY OF THIS BROKER OF A NON -PROFIT OFFICE TRAVERSE THROUGH A HARDEST ROAD TO SUBSTANTIALIZE THE BURRIED TRUTH ..

Preface

EYE HAVE BEEN TRYING TO UNDERSTAND AN YOUTUBE 15 SECOND VIDEO WHERE A KID IS TRYING TO SING THE SONG AND AFTER FEW WORDS SUDDENLY THE KID GOT A SLAP ON HER FACE BY HER MOTHER FOR THE SONG WHICH SHE HAD WHISPERED AND SHE RAN AWAY FROM MOTHER AFTER THIS SLAP BUT HERE WHAT EYE FOUND IN THIS EVENT THAT THE KID DIDN'T HAVE SOUND KNOWLEGDE ON LYRICS BUT HER MOTHER HAS .

WE ALL ARE BROKERS BECAUSE WE BROKE EVERYTHING BY THE BROKERAGE FEES BUT THE JOURNEY BY A OFFICE NON-PROFIT BROKER IS QUITE DIFFERENT AND EVEN NEVER ASK FOR ANY BROKERAGE FEES FOR NEW CONSTRUCTIONS..

Acknowledgements

THE JOURNEY OF INDIVIZUAL LIFE AT DIFFERENT ZONE ALONG WITH DIFFERENT LANGUAGE .

Prologue

SMALL NARATIVE LIFE WITH TIME ,LANGUAGE AND LIGHT

“eight T one castle”

(81 castle)

By

Gyan chand pattanayak

“แปดสิบเอ็ด บ้าน”

(๘๑ บ้าน) - ๑

- ชีวิตในแปดสิบเอ็ดหล่อ -

โดย

เกียน จันทน์ พัฒนยัก

โอดิชา – ๗๕๑๐๐๒ อินเดีย

ผมยังจำเมื่อลงจอดในภูเก็ตประเทศไทยจากอินเดียและเป็นฝรั่งนักเดินทางรักแรกพบสำหรับเกาะทั้งหมดแล้วก็ผมได้ตัดสินใจที่ชำระในเกาะใดของประเทศไทยแล้วก็ผมเริ่มเรียนภาษาไทยด้วยตัวฉันเองและตอนนี้ฉันสามารถทอ่านเขียนพูดและเข้าใจภาษาไทยแม้ผมกำลังติดตามไทยกิจกรรมที่ทราบว่าเกี่ยวกับวัฒนธรรมไทย

เป็นพนักงานท่องเที่ยวผมเคยไปถึงประเทศไทยครั้งมากมายและมันเสมอรู้สึกดีที่สุดแต่ผมไม่รู้เมื่อจะเขียนจบหนังสือของผมฝัน

พวกเราเรียนทุกวันแต่ ผมเชื่อเที่ยวรอบเป็นต่างประสบการณ์เสมอและคนนักเดินทางเพราะเส้นทางเพื่อเข้าใจสิ่งใหม่

พวกเราเป็นใน๒๕๖๔และยังกำลังใช้เพื่อเขียนหนังสือกับปากกากระดาษและพวกเราต้องยอมรับการเปลี่ยนเวลานี้และผมตกใจชีวิตทำงานกับอุปกรณ์อย่างไร

ผมอยากเป็นถึงนักเขียนของคำดีแต่ยังไม่ได้ปรึกษาผมสำหรับนักเขียนการเดินทางและ

ผมยังได้ลองที่เข้าใจพระอาทิตย์ฉายแสงยามเช้าอย่างไร

ทำไมที่พวกเราส่งเสริมเส้นทางแสงส่องสว่าง

เริ่มกันเถอะกับเนื้อเพลง

"ฝนกำลังตกลงบนใจ แต่ผมตกใจ เมื่อดูเห็นใจ

ฉันจะรักคุณใจ ให้จนตาย

ผมเป็นเกรงใจ ถ้าใจออกไป

คุณเป็นแรงจุงใจ ให้จนตาย"

ผมกำลังค้นหาหัวใจลางทีมันเที่ยวในฝันเกาะแต่ยากมากที่อธิบายในคำศัพท์เกี่ยวกับทะเลภูเขาทะชายหาดของประเทศไทย ผมได้เก็บความทรงจำเยอะของไทย และจะการจับกุมคนใดตลอดงามแต่งามของเกาะไม่เกี่ยวกับงามด้วยซ้ำของธรรมชาติแต่ผ่านไปเรื่องมากมาย

เดียวนี้มันยากที่ด่วนในคำเพราะเที่ยวเป็นไม่ง่ายสำหรับทุกคนถ้ามีไม่ความรู้เกี่ยวกับเวลาและด้วยซ้ำในความคิดบางแต่ผมอยากถึงดูเกาะและน่าจะเป็นอย่างไรและผมตกใจเมื่อเห็นเกาะเพราะตั้งแต่เกิดมาไม่เคยเห็นเกาะใดก่อนเลยเป็นฝรั่งนักเดินทางเริ่มเส้นทางของผมที่เกาะภูเก็ตประเทศไทยและในที่นี่ผมได้เรียนเยอะมากและมันรู้สึกเหมือนญาติของผม

ระหว่างเที่ยวชมนี้ผมเจอคนดีมากมายแล้วได้ตัดสินใจที่เรียนภาษาไทยเพื่อการสือสารดีเพราะเชื่อการศึกษาสำคัญกว่าสิ่งใดและสำคัญสำหรับทุกคน ถ้าผมได้โอกาสถึงไปประเทศไทยแล้วชอบเที่ยวอี่กๆเกาะใดเรื่องความลับและต้องขบที่ธรรมชาติของเกาะ ก็แล้วถามชีวิตของผม ทำไมผมคิดมาเกาะ มีที่วางใดสำหรับ

ผมถึงแฉความลับของเกาะ

เกาะคืออย่างนั้นร่วมของภูเขาทะเลและชายหาด และผมสนใจที่เยี่ยมชมเกาะมากมาย เป็นนักเรียนของการท่องเที่ยวผมได้อ่านเกี่ยวกับเกาะในหนังสือด้วยซ้ำแต่ในความจริงมันสวยมากกว่าคำศัพท์ของหนังสือ

ถ้าผมได้โอกาสชำระในเกาะใดเพื่อประสบการณ์ชาติการแปลง แล้วก็ผมจะไปคิดที่เลือกเกาะและทำไมกำลังเขียนเรื่องในภาษาไทยเพราะว่าเกาะ

มันยากมายที่ขวดขึ้นจับรู้สึกของผมสำหรับเกาะ ผมเคยไปถึงประเทศไทยสามเวลาในสองปีแล้ว ผมได้เที่ยวเกาะภูเก็ต และเกาะสมุย ของประเทศไทย ผมรู้สึกด้านบนของโลกเมื่อได้มาถึงภูเก็ต ผมมีดวามจำเยอะระหว่างเที่ยวชมของผม และได้ประสบสีบางเช่น เรือเร็ว ดำน้ำที่ กลางของทะเลและมันไม่มีเปรียบเทียบ

หลังจากชีวิตกลายเป็นที่ซอยและยังกำลังมองหาที่สุดซอยและมันรู้สึกเช่นออกเรือของใหม่ชีวิต ในที่สุด ได้รู้สึกที่มันต่างโลกภายในโลก และคำการยิ้มปรากฏในใบหน้าของผม “ดีที่สุด” สภาพภูมิอากาศแบบร้อนชื้น ของเกาะ และผมไม่มีคำสำหรับเขตร้อนโลกและผมได้ตัดสินใจที่ค้นพบใหม่ความคิดของผมที่นี่ใน เกาะภูเก็ตและประกอบงบดุลชีวิตของผม

คำนิดหน่อยจากเนื้อเพลงไทยเพราะผมชอบเพลงนี้

“ต้องมีสักวัน ต้องมี่ สักวัน

ทองคำเดิมฝัน “

คือง่ายมากเข้าใจที่หมายของเพลงนี้ ฝันเป็นจริงในถนนทาง ถ้าพวกเราตามขั้นตอนของเที่ยวและฝันไม่แพงแต่มันมีหมายสวยอย่างที่ผมคิดเชื่อฟังมันควรจะเป็นเข้าใจกว่าไล่กวดและผมกำลังแล่นในสี่สิบเอ็ดแสงปี และ ผมต้องขบปลายทางหน้าของผม

ผมคิดที่เสร็จหนังสือของผมเร็ว เพราะว่า“แปดสิบเอ็ดบ้าน”หลักในความจริงและมีจริงเรื่องราว

แปดสิบเอ็ดตอนมันที่เข้าสู่หนของผมและมันสนใจมาก

ผมวันเกิด๑๗เดือนกรกฎาคม๒๕๒๓ แต่ผมได้เริ่มการศึกษาใน๒๙เดือนพฤษภาคม๒๕๒๔ และผมคุ้นเคยฉลองสุขสันต์วันเกิดของผม๑๗เดือนกรกฎาคมทุกปีในบ้านของผม วันหนึ่งผมถามคุณแม่ทำไมคุณฉลองวันเกิดผมใน๑๗เดือนกรกฎาคมกว่าเมื่อ๒๙พฤษภาคมในเอกสารโรงเรียน แล้วแม่บอกเลาเรื่องแปลกถึง

เมื่อเธอเล่าคุณครูเกียวกับอายุของผม แล้วคุณครูตอบกลับมันเกินไปที่ยากยอมรับในโรงเรียนแต่ชักช่วนแม่สำหรับลดอายุและคุณแม่เห็นด้วยกับคุณครูและ ในที่สุดผมได้ยอมรับสำหรับการศึกษาโรงเรียน

ผมได้เริ่มชอบ๒๙/๕/๑๙๘๑หมายเลขและมันในทุกเอกสารรับรองจากโรงเรียนมหาวิทยาลัยและเอกสารส่วนตัวแล้วผมเข้าใจ การศึกษาสำคัญอย่างไร และมัน(การศึกษา)ให้สนับสนุนที่ยืนคนเดี่ยวสำหรับสิ่นใด ตอนนี่ผมสามารถทำงานได้และแปดสิบเอ็ดบ้านคือไม่แต่หนังสือแต่มันการท่องเที่ยวกับแสง

เป็นนักเดินทางในโลกผมกำลังลองวาดภาพดีแลถ่ายรูปของโลกเพื่อเข้าใจเก็บปลายทางและคุ้มกันสำหรับเหตุการณ์ดีชีวิตผมเชื่อ

ว่าหมายเลขแปดคือสัยลักษณ์เส้นทางเพราะมันเป็นแสดงชั้นต้นปากจุดและสุดท้ายจุด

เป็นอินเดียสัญชาติผมเป็นพยายามทีเข้าใจวัฒนธรรมไทย และผมไม่เชื่อ เมื่อได้ทราบเกียวกับเดือนไทยและมันเหมือนเช่นราศี่ของอินเดียและคิดมันน่ากลัวความเท็จจริง ก็ หลังจากนั้นผมได้ตัดสินใจทีค้นพบใหม่วัฒนธรรมไทยนี่ ผมมีคิดง่ายที่ผมใช้และติดตามทุกครั้งเพราะเส้นวงกลมมีสี่ข้างอย่างเช่นอ่านเขียนพูดและฟัง

๑-อ่าน ด่วนตาม ตะวันออก (บูรพา)

๒-เขียน ด่วนตาม ตะวันตก (ประจิน)

๓-พูด ด่วนตาม เหนือ (อุดร)

๔-ฟังด่วนตาม ทางใต้ (ทักษิณ)

ในโลกผมเชื่อสี่ข้างนี่สำคัญมากกว่าสิ่งใด

ผมเชื่อฟังเสมอและติดตามแนวทาง เลยนะ ชีวิตของมนุษย์ควรจะเป็นในหลักเนื้อหา เมือ พวกเราไม่รู้ที่หน้า แต่ต้องคบกับครั้งจริงและเชื่อชีวิตไม่เป็นเกี่ยวกับปรากฏและหาย การท่องเที่ยวของผมถึงเข้าใจมนุษย์และแบบทำงานของมนุษย์แรกเรียนสุริยคติของชีวิตและสุริยคติสำคัญมากต่อเรียนเวลาแสง และสุริยคติไทย ห้าร้อยสี่สิบสามข้างหน้ากว่าอังกฤศปฏิทิน ไม่ใช่ อัศจรรย์นี และปฏิทินอินเดียเจ็ดสิบเจ็ดปีหลางจากอังกฤศปฏิทินและตอนนี่เวลามันคิดตกสามต่างปฏิทินและทำไมมีต่าง เกิดขึ้นอะไร กับโลก

ค้นพบใหม่กันเถอะอีก เกิดขึ้นอะไรในเมื่อก่อน

ผมกำลังทำงานที่แยกออกทุกอย่าง เช่น สุริยคติ เดือน ราศี และ สำคัญมาก วงกลม๓๖๕เลย ผมลืมไม่ได้เมื่อเห็นชีวิตภูเก็ตประเทศ ไทย และคำถามเยอะแทนที่ในจิตผม เช่นดาวเคราะห์น้อยและผม ได้ลองที่เข้าใจเกี่ยวกับข้อเท็จจริงของประวัติโบราณ

ฉันอายุต่างกันมาก ประวัติศาสตร์ก็ซ้ำรอย ฉันไม่นับไก่ก่อนฟักไข่ ฉันแค่ต้องการนำสิ่งที่ดีที่สุดของวัฒนธรรมเกาะและงานที่ยังคง ค้นพบประวัติศาสตร์ของเกาะต่อไป

แรกทั้งหมด ผมต้องการที่ขอบใจเจ้าหน้าที่ของประเทศไทยเพราะ ผมสามารถเขียนหนังสือได้สำหรับพวกเขาและผมยังจำไว้สิบเอ็ด เดือนกันยายน๒๕๖๑ได้รับวิซาไทยเมื่อมาถึงในภูเก็ตสนามบิน แล้วก็ผมได้เริ่มที่คิดใหม่เกี่ยวกับรากสี่เหลี่ยมของชีวิต ผมมี่ สัปดาหกำหนดการท่องเที่ยวกับผมและผมวัดถุประส่องค์ของการ เดินทางชัดมากนั้นเปิดเที่ยวสำนักงานทางโน้นในประเทศไทย เป็นไม่ใช่เจ้าของภาษาไทย ผมจะพยายามเสร็จประกาศหนังสือนี่ เร็วๆแต่ผมทราบ มันเป็นไปไม่ได้ที่ประกาศเร็วเลยนะ

ผมเชื่อข้อเท็จจริงไม่เปลี่ยนและพวกเราควรชีวิตกับมัน และผมมา ถึงไม่ได้ที่นี่ค้นพบใหมความจริงอี่กเลย พวกเรา เกิดที่เข้าใจ ปัจจุบันและไม่ทำงานสำหรับเบื่องหน้าและก่อนและ อินเดีย สัญชาติ ผมกำลังไม่ค้นหาที่พำนักใหม่ของผม แต่ผมจะลอง เกี่ยวข้องกับต่างวัฒนธรรมของต่างประเทศ ตอนนี่ผมกำลัง ทำงานในเที่ยวบรีษัทใหม่เพราะว่า ได้โอกาสที่เที่ยวต่างประเทศ บ่อยๆ และผมรักทำวิจัยแต่คิดเกี่ยวกับเจ้าของแต่ผมไม่รู้ขอบเขต เป็นไปได้ฝันของผม

ในที่สุดผมต้องขบรักในสีเหลี่ยมเพราะว่าเชื่อรักแต่รักเป็นไปได้ ไหมในสีเหลี่ยม และผมกำลังจะไปถึงในบทกวีของผมเลย หวัง คน

ชอบบทกวีและมันที่เข้าใจง่ายมาก

“เที่ยวจากความไม่มีขอบเขต

ด้วยเหตุผล

ในฤดูที่ผันผวน

ช่วยเหลือของการบิน เพื่อสร้างวิสัยทัศน์ใหม่

ตอนนี้ชีวิตเที่ยวในบูรณาการ

เนื่องจากว่าการกำกับดูแลงัย

ผมกำลังคิดเกี่ยวกับอุนใจและว่าไม่ต้องใดการยอมรับ

ผมมีเจ้าของสิ่งอาหารให้ที่นำพาของการเข้าเมือง ”

“การเข้าเมือง”สำคัญมากบท อธิบายในหนังสือ เพราะว่าผมเชื่อ ชีวิตเหมือนธรรมชาติแม่น้ำเป้าหมายของชีวิตควรจะเป็นราก เหมือนกันแม่น้ำ

ชาติคล่องแคล่วการเข้าเมืองง่าย และมันเภทประตู คนสามารถออกเรื่อเที่ยวรอบ ถ้าวางรอบในสีเหลี่ยมมันน่าจะเป็นเข้าใจง่ายมาก ยังเชื่อไม่ได้ว่าเคยไปที่นี่ประเทศไทยสามเวลาและมันเป็นไปได้ในสีเหลี่ยมเลยเพราะว่าสีเหลียมโลกมีสี่มุมกับระดับเก้าสิบมุมแต่ละและมันช่วยที่เข้าใจปากจุดของรอบเพื่อวัดระดับสามร้อยหกสิบเส้นทางของมนุษย์เพราะว่าเวลามันที่ทำงานสำหรับสามร้อยหกสิบรอบสุริยคติ เวลาสำคัญมากในปีแสง ผมได้เรียนสิ่งเยอะจากการเข้าเมืองและสำคัญมาก บัตรขาออก บัตรขาเข้า ทฤษฎี

ค้นพบใหม่โดยผม นั้นหลักทุกอย่างในสี่เหลี่ยมเช่นเข้าออก เกิด ตาย เพศผู้ชายหญิงแสงมืด และมากมายเช่นวันคืน เลย ค้นพบใหม่กันเถอะทฤษฎีใหม่ เกี่ยวกับ"แรงโน้มถ่วง" นั้นทุกกิริยามีปฏิกิริยา แต่ที่นี่

ความถ่วง และการเข้าเมืองทั้งเหมือนกันเลย เป็นไปได้เด็กเกิดใหม่ไม่มีคุณแม่ไหมและตอบที่ควรจะเป็น ไม่ใช่ มันหมายครรภ์คุณแม่เป็นถึงทางประตูโลก

ผมกำลังจะไปท่องบทกวีเหมือนกับเด็กผู้ชาย

เที่ยวจากความไม่มีขอบเขตด้วยเหตุผล

ในฤดูที่ผันผวน

ด้วยความช่วยเหลือของการบิน

เพื่อสร้างวิสัยทัศน์ใหม่

ชีวิตใน สี่เหลี่ยม

การไหลเวียน

หวังทุกคนชอบการปรากฏนี้

ผมไม่มาที่นี่และไม่เกิดเพือทำงานค้นคว้าใดและสิ่งค้นพบใหม่เลย แต่ลองที่เข้าใจชีวิตการเปลี่ยนแปลงอย่างไรในโลก

ในที่สุดอย่างเชนดีที่สุดของการแปลงเปลี่ยนว่าหนอนผีเสื้อเพื่อผีเสือและการแปลงนี้เป็นไปได้ไหมถ้าอันนี่เป็นไปได้แล้วก็ทุกอย่างในโลกเป็นไปได้นะเลย เช่นรวดเร็ว

เป็นดาวเพื่อ การก่อสร้างใหม่และผมเชื่อบางทีเกาะเป็นหนึ่งของการก่อสร้าง เหล่านี้เพราะธรรมชาติมีสีมากมายสำหรับโลกเลย

รักถึงจัดแสดงบทกวีรวบร่วมการเขียนและการเข้าใจเลย

“เที่ยวจากความไม่มีขอบเขต

ด้วยเหตุผล

ในฤดูที่ผันผวน

ด้วยความช่วยเหลือของการบิน

เพื่อสร้างวิสัยทัศน์ใหม่

เมื่อ ชีวิตกวีในคำของเปลี่ยนแปลง

มันแสดงอารยธรรม

เที่ยวกับความทะเยอทะยาน

เพราะได้การประเมินมูลค่าชีวิต

เมือพวกเรารู้สึกชัดิในการกำหนดค่ากระจก

มันหมายสำหรับการตกแต่งใหม

และเข้าใจการทำให้เป็นสีนี้”

ผมจะชอบชักชวนทุกคนนั้นไม่เคยขวดขึ้นรู้สึกสำหรับเรียนใหม และวางชีวิตในการสังเกตเสมอ

โลกมีที่ซ่อนอยู่เยอะข้อเท็จจริงยังควรที่ค้นพบใหม่เพราะมันไม่ภารกิจของดวงจันทร์ และมันควรจะเป็นภารกิจของพระอาทิตย์เลย มันสำคัญทุกคนเข้าใจที่แหลงของแสงเมื่อผมเคยไปถึงภูเก็ตของประเทศไทยสำหรับสัปดาห ระหว่างเที่ยวชม ผมได้เยี่ยมชมสองสามเล็กใหญ่เกาะของภูเก็ตในเดือนกันยายน และสภาพอากาศดีที่สุดจะช่วยที่เขียนสีของเกาะแล้วผมได้การเรียก ภูเก็ต " เกาะของกวี"ลย ผมเชื่อเมื่อชีวิตเดินทางในโลกกวี มันดูเหมือนคายน้ำดีมาก เช่นมืดมนเพื่อแสง

"เที่ยวจากความไม่มีขอบเขต

ด้วยเหตุผล

ในฤดูที่ผันผวน

ด้วยความช่วยเหลือของการบิน

เพื่อสร้างวิสัยทัศน์ใหม่

บทกวีควรจะเป็น กลางของการข้อมูลโดยไม่มีเงื่อนไข

ควาทะเยอทะยานประเภทจริงใจชาติในเกาะ

เป็น ทำงานสถานที่เกาะ

เมื่อชีวิตในเกาะมัน เคลื่อนที่ดูเหมือนว่า

คำกวีสร้างระเบียบที่ดีที่สุดและ

มันค่ลองแคลวการศึกษาเกี่ยวกับเกาะ"

เมื่อเคลื่อนในเกาะเกี่ยวกับบทกวีผมคิดประกัน นั้นเป็นไปได้ทุกอย่างแม้สามารถสี่เหลียมรอบทีแรกกับความยิ่งใหญ่

ตอนนี่ผมกำลังนั่งใน๕.๓๐ เขตเวลาซึ่งของโลกและ ประเทศไทยข้างหน้า๑.๓๐ หมายเวลาของไทยแลย แต่ผมคิดตกวัฒนธรรมลอยกระทงในต่างเวลาฐานอย่างไหนฉลองเดือนพฤศจิกายน ชาติเป็นสวยมากเมื่อมันเที่ยวในใยแก้วที่ ทำแสง การแกวง

ผมกำลังด่วนที่ดีที่สุดของเกาะกวี และเป็นนักเขียน ได้เที่ยวชมเกาะ ทะเล ภูเขา โรงละคร น้ำตก ถำ ชายฝังทะเล และในทีสุด คนของเกาะ ยอดเยี่ยม เลย เมื่อชีวิตเคลื่อนที่สถานอย่างไหนล่อมรอบด้วยทะเล ภูเขา และ มันทำให้ประหลาดใจ ผม แล้ว ได้ตัดสินใจที่ตั้งสำนักงานในเกาะของกวี และเมื่อชีวิตเริ่ม วันกับเสียงต่อไก่แล้วมันเป็นบทของความทรงจำดี เลย

“เที่ยวจากความไม่มีขอบเขต

ด้วยเหตุผล

ในฤดูที่ผันผวน

ด้วยความช่วยเหลือของการบิน

เพื่อสร้างวิสัยทัศน์ใหม่

เมื่อชีวิตอาศัยอยู่ที่ตลิงแมน้ำ

มันจัดการกับ ขบวลต่อชีวิต

และช่วยนำความเป็นอิสระชีวิต

การตั้งตัวสิ่งอาหารให้ดี

เมื่อชีวิตในเป็นประกายส่องกลับ

และยังพวกเราไม่รู้ของการสะท้อน

บ้างที่มันเหตุการณ์ของรูปเป็นดาว

ชาติเป็นสนุกมากขณะในการเคลื่อนที่

เพราะมันให้รู้สึกของทำให้อมตะ

และผมเชื่อ เมื่อความคิด ทำให้ เห็นกระจก

มันแต่เป็นไปได้เนื่องจากการรวมกันของโลก ที่ว่าง

และชีวิตเป็นสวยมากในพูดซ้ำรายการคำศัพท์

สำหรับดีกว่าความสุขภาพสมาคม”

ผมชอบเพลงและรักถึงร้องเพลงเพราะ ดนตรี การช่วยพวกเรารู้สึกดีใจ เมื่อผมเคลื่องทีในจักรยาน คิดเยอะค่วงจิตของผม เช่น มาใช้ชีวิตหรือทำธุรกิจในไทย ควรพิจารณาอะไรบ้าง การขอวีซาทีเหมาะสมกับผม ประเภททีพักอาศัย และอาชีพทีเหมาะสมกับผมอะไร ในที่สุด คำถามล้านบาท มันเป็นไปได้ที หรือฝันกลางวันไหม และคำถามสำคัณมาก มันเป็นไปได้ ก่อสร้างสะพานในสี่เหลียมไหม

“เที่ยว จาก ความไม่มีขอบเขต

ด้วยเหตุผล

ในฤดูที่ผันผวน

ด้วยความช่วยกับของการบิน

เพื่อสร้างวิสัยทัศน์ใหม่

เมือชีวิตเป็นตลกในการเดินทาง

ผมเชื่อมันช่วยดั้งสี่เหลี่ยม การก่อสร้าง

บทกวีสมกับทำให้เบิกบานใจชีวิต

และคำของบทกวีสมกับให้คำแนะนำ

เมื่อนึกฝันชาติกวีในกระจกการตั้งใจ

ต้องขบทีเรื่องเล่าดีทีสุดของชีวิตอันไหนสมกับงานแสดง

เมื่อคำชีวิตเป็นทางการสมกับความเทียงตรง

เพียงเพราะสมกับการเก็บรักษาบทกวี

และลองเข้าใจการท่องเที่ยวเกี่ยวกับบทกวี

ผมไม่เป็นกวีแต่เชื่อบทกวีสมกับ การให้แสงสว่างชาติ

คร้างบ้างข้อเท็จจริงโลกทีซ่อนอยู่ในการเปลี่ยนแปลงบทกวี

ช่วยอย่างไหนทีมาถึงอย่างง่าย และ

เป็นนักเดินทาง ได้เรียนสิ่งดีทีสุดจากบทกวี กรุณาไม่ล่องเข้าไป
ถึงจานอื่นๆไม่มีการอนุมัติเพราะมันเรียกการซึ้มทะลุ และหากเข้า

ไปกับการอนุญาตมันเรียก “การเข้าเมือง”ผมได้เกียวข้องเที่ยวบินจาก โอดิชาของอินเดียถึงภูเก็ต ประเทศไทยกับหนึ่งหยุดในมาเลเสีย และครั้งแรกผมกำลังจะไป ระหว่างประเทศ ใดครั้งนั้นว่าเต๊มของความตื่นเต็น เป็นนักเรียนของการท่องเที่ยว ผมได้เรียนเกียวกับเขตเวลาซึ่งของโลกแต่ได้ประสบการณ์เขตเวลาซึ่งของโลกในเที่ยวแรกที่ภูเก็ตของประเทศไทย และผมได้

malaysiaหยุดในก่อนภูเก็ต เหนื่องเชื่อมเที่ยวบินในที่สุดได้รับเรียกการเดินทางที่ภูเก็ตไทย และผมเจอสุภาพบุรุษจากjapanนั่งชิดผม พวกเราแบ่งคำเล็กน้อยส่วนรวมเกี่ยวกับอินเดีย และjapanเลย ตอนมาได้ถึงทะเลอันดมัน มันลงจอดบนริมทะเลเลย มัน น่าประหลาดใจ และผมได้ยืนอยู่ในแถวการเข้าเมืองเพื่อวีซา ในที่สุดได้แรกบทในหนังสือการเดินทางของผม หมาย "ต้อนรับที่ดินของการยิ้ม"และเชื่อใจ ชาติเป็นสวยมากเมื่อมาถึงกับการอนุญาต

“เที่ยวจากความไม่มีขอบเขต

ด้วยเหตุผล

ในฤดูที่ผันผวน

ด้วยความช่วยเหลือของการบิน

เพื่อสร้างวิสัยทัศน์ใหม่

เวลาบางต้องว่างชีวิตในเกี่ยวกับบทกวี การกระตืน

เบิกเงินความคาดหวังใดทั้งหมด

มันจะนำทีปลายทาง

ดีชีวิต ทำให้เบิกบานใจ

ถ้ามาถึงกับการอนุมัติ

ว่าจะสมกับดีกว่าการก่อสร้างชาติ

และช่วยเหลือสมกับการบรรลุผล

เมื่อชีวิตเที่ยวในการไหลเวียนสี่เหลียม

มันจัดแสดงบนลวงหน้ากำหนด”

ผมไม่คิดพวกเราควรจะไปหนังสือรับรองใดที่เข้าใจ

สี่เหลี่ยม เที่ยวแนวคิดแต่ผมเชื่อใจตกตะกอนชีวิต ต้องขบผลดีกว่า ทางใดเวลาใช้ ออกทาง เลขจากสนามบินที่เข้าในเมืองภูเก็ตและผมได้การจองโรงแรมของภูเก็ตแต่ยังไม่จ่ายเพราะผมดำเล่าเจ้าของโรงแรมนั้นจะจ่ยระหว่างอาศัยอยู่ที่โรงแรม ก็แล้วผมเช่าเท็กซีจากภูเก็ตสนามบินเพื่อ ห้องโรงแรมเลย ไว้ใจผมมาที่นี่แม้ธรรมชาติพูดเยอะไม่มีพูดคำ ในที่สุดเวลามาถึงโรงแรม เพราะของตอนเย็นมาถึงผมได้เสร็จแรกวันในโรงแรมของเกาะภูเก็ต

ผมเชื่อนั้นชีวิตโอกาสครั้งเดียวในชีวิตและพระเจ้าเสมออย่างให้โอกาสที่คน มันเภททำงาน แบบช่วยทางนำ เพราะพระเจ้าเป็นการรู้สึก และพวกเรารู้สึก ทุกเวลาพระเจ้าในแสง น้ำ ลม ที่ดิน ไหนช่วยมนุศย์เพาะปลุกชีวิต

“เที่ยวจาก ความไม่มีขอบเขต

ด้วยเหตุผล

ในฤดูที่ผันผวน

ด้วยความช่วยเหลือของการบิน

เพื่อสร้างวิสัยทัศน์ใหม่

เมื่อคิด การสอนให้คิดหรือทำใหม่

มันควรจะเหมือนเป็นในการปลุกต้นไม้ใหม่

เพราะช่วยดี่กว่า การมองเห็น

ชีวิตไม่เป็นการประท้วง

ชีวิตในโลกเป็นการรังสี

เพราะโลกคือมนุศย์ที่อยู่อาศัย

สมกับดีกว่าการยกให้สูงขึ้น

มันเกียวกับดีกว่าคำอธิบาย

เวลามันสร้างการนึกภาพในใจใหม่

เมื่อวันตอนเช้าเริ่มกับเสียงของไก่ในฤดูฝน มันเหมือนต่างเภท ของการประสบ และผมลุกจากเตียงสมกับกิจการใหม่แม้ผมได้ชม ฝนและมันทำให้ประหลาดใจผมเมือตกลงบนถนนของเกาะภูเก็ต ในเกาะผมต้องขบอะไร นั้นไม่สามารถที่เที่ยวชมหนึ่งเกาะอื่นๆเล็ก จากใหญ่เกาะในเรือเร็วฤดูฝนกาล ถ้ามีชัดสภาพอากาศก็เรือเร็ว ทัวร์เป็นไปได้ และผมแสวงหาขอมูลเกี่ยวกับเกาะภูเก็ต เพราะ กำหนดการเส้งทางเป็นไม่กำหนดการเนื่องจากฤดูฝนนี้ แต่ผมไม่

อยากผิดเดียวเวลาแม้ในฤดูฝนนี้ และ ผมเพียงเดินผ่านถนนเกาะ ที่ไหนก็ได้ไปไดรับ๗/๑๑ห้างสรรพสินค้าและได้ธนาคารเครื่อง การเงินในทั้งหมด๗/๑๑ ห้างสรรพสินค้า ช่างเปลี่ยนเงินไม่เป็น ปัณหาใหญ และ๗/๑๑

เป็นสถานดีทีสุดของผมในประเทศไทย เป็นสัญชาติอินเดียน์ ผม ค้นหา อินเดียน์ร้านอาหารเพื่อข้าวกลางวันและข้าเย็น ผมได้คำ น้อยเจ้าโรงแรมเกี่ยวกับร้านอาหารเลย พวกเขาชักชวนผมน้อย อินเดียน ร้านอาหารใกล้กับโรงแรมเลย ผมหิวและเดินทาง ในที สุด เจอ ผู้ชายอัลิเจ้าของร้านอาหาร และเขาเตรียมอาหารอร่อย แล้ว เพียงฝันนึก เมือสองไม่ทราบคนอินเดียนเจอครั้งหนึ่ง ในต่าง ประเทศ ควรเภทการถกเถียงคาดว่าอะไร

"เที่ยว จาก ความไม่มีขอบเขต

ด้วยเหตุผล

ในฤดูที่ผันผวน

ด้วยความช่วยเหลือของการบิน

เพื่อสร้างวิสัยทัศน์ใหม่

ในโลกเมื่อชีวิตกำลังมองหาการทำงานร่วมกัน

มันเรียกข้างในสอบเทียบ

และไม่เรียกร้องทำให้กระจ่าง

เพราะทุกคนอย่างถึงเป็นส่วน ของ การใช้สีสำแดง

ตอนนี้เคลื่อนที่ การกำเนิดใหม่

ชีวิต ทำให้เร่งให้เกิดเร็วขึ้น

กว่าทำให้แนะนำ ”

ในทีสุดผมสิ่นสุดด้วยวันสองกับฝน อาหาร และได้โรงแรมนอน ผมคิดมาหยุดฝนเพราะว่าได้แต่สี่วันเหลื่อและอธิษฐานชัดฟ้าเพราเรือเร็วเที่ยว และเช้าหน้ามีไม่การแปลงเปลียนในสภาพอากาศไหมเลยแล้วผมเช่ารถยนต์สมกับเที่ยวชมเมืองวันเต็ม ยัง ไว่จำเมื่อยานเคลื่อนที่ในเมืองเดิมของภูเก็ต ในฝนขอบเขตร้อน มันต่างมากประสบการณ์ แม้ไม่ต่วนในคำเลย และทีดีสุดของภูเก็ตยังไม่ได้มาเลย ระหว่างส่วนตัวเที่ยวรถยนต์ ลวงไปถนนเยอะพิพิธภัณฑ์โรงละคร วัด ดูแหล่งข้อมูลทางประวัติศัษตร์ ของภูเก็ตและหลังจากเที่ยวชม ผมได้รู้สึกเช่น พระราชาของพระราชวังของผม เป็นนักเดินทางผมได้เริ่มเรียนเกี่ยวกับหมากรุก และใช้ที่ คำการเดินหมาก บ่อยๆ ระหว่างเที่ยวชม

เกิดอะไรขึ้นในหมากรุก? มีโอกาสเสมอและทางเลือกเดียวสำหรับราชาที่จะ

หล่อปราสาทของเขา ถ้าฉันมีโอกาสได้หล่อชีวิตเหมือนเกมกระดานหมากรุก แต่ในชีวิตจริง ในชีวิตจริงเป็นไปได้ไหม? มีคำถามมากมายที่ทำให้ฉันคิดไม่ออกระหว่างทัวร์ภูเก็ตประเทศไทยแต่ในขณะเดียวกันก็มองหาคำตอบที่ดีที่สุดจากฉัน

“เที่ยวจาก ความไม่มีขอบเขต

ด้วยเหตุผล

ในฤดูที่ผันผวน

ด้วยความช่วยเหลือของการบิน

เพื่อสร้างวิสัยทัศน์ใหม่

เมื่อชีวิตส่งออกกับความหลงใหย

มันให้แรงจูงใจใหม่

เข้าใจที่ความชอบ

เพราะชีวิตไม่เปรียบเทียบกับอื่นๆในเกิดขึ้นในเวลาเดียวกัน

และมันไม่หลักในการยักย้าย

ในโลกชีวิตเป็นกับการแปลงดีกว่า

เนื่องจากแสงการเดินทางด้วยกัน

และ เหมือนกับดีกว่า การขอตัว”

ในที่สุดฉันก็เสร็จสามวันด้วยสายฝนด้วยการแลกเปลี่ยนเงินตราและอาหารอร่อยๆ สองสามวัน แต่ฉันสูญเสียความคิดขณะย้ายไปที่นั่น เป็นไปได้ที่จะสร้างสะพานในจตุรัส และฉันตัดสินใจจองเรือเร็วสำหรับเกาะพีพีด้วยกลิ่นอายของอากาศยามเช้าและในที่สุดคำอธิษฐานของฉันก็ได้ยินจากพระเจ้าเพราะความใกล้ชิดกับท้องฟ้า ฉันออกไปทำธุรกิจกับ อันตรายจริงๆ ลองนึกภาพชีวิตในเรือเร็ว คลื่นกระแทกชีวิตโดยไม่มีเข็มทิศ แต่ในขณะนั้น ฉันกำลังคิดเกี่ยวกับการเคลื่อนไหวของผู้เล่นในหมากรุก ทำไมพระราชาจึงเลือกเรือสำหรับการล่องแก่งในเมื่อพระราชามีทางเลือกอื่น เช่น

ช้าง ม้า ทหาร รัฐมนตรี และเกมหมากรุกนี้ทำให้ฉันประหลาดใจ

“เที่ยว จาก ความไม่มีขอบเขต

ด้วยเหตุผล

ในฤดูที่ผันผวน

ด้วยความช่วยเหลือของการบิน

เพื่อสร้างวิสัยทัศน์ใหม่

เมื่อชีวิตในเรือเร็วการชุม

ได้รู้สึกของการทำให้เป็นชีวิต

เพราะของ การทำนายดวงชาตางัย

ในลาพักผ่อนดีกว่า

ในโลกพวกเรามีอุปกรณ์สมกับชีวิตการแล่นเรือ

แต่ไม่มีเข็มทิศความจริงทีเข้าใจชาติปลายทาง

เมื่อชีวิตในสี่เหลี่ยมการขบวลต่อ

มันเพศชายหญิงการเจาะ

(หัวเราะ) อย่างว่างแถวนี้สมกับเครื่องหมายการร้องอุทาน

พวกเราทราบชีวิตบนหลัก การหายใจเข้า

และหายใจออก”

เมื่อชีวิตเคลื่อนที่ในเรือเร็ว มันเสมอเช่นเรียกตื่นขึ้นสมกับทุกนักเดินทาง แต่ไว้ใจผมทีชนคลื่นไม่จะทำให้เสียใจ และจะสร้างขึ้นชั้นใหมของความตุ้นตัวเลย ทางใด ที่ล้านบาทคำถาม ทำไม ราชา จึงเลือกเรือได้ไหมในนี้ หมากรุกการต่อสู้ เมื่อพระราชามีพอเพียงการเลือกเช่นช้าง ม้าเร็ว ที่ เดินหมาก กว่าแต่ตรงเรือเลย มันยกมากทุกคนที่พยายามค้นหาความลึกของทะเลแต่ค้นพบกับการเข้าใจง่ายเลย

มีความลับของมนุษย์ฝังอยู่ในหมากรุกนี้หรือไม่? เล่นสนุกไหมเมื่อมีคำถามมากมายระหว่างเดินทางไปเกาะพีพีจากเกาะภูเก็ตของประเทศไทย? และเราพบช่องสี่เหลี่ยมมากมาย นี่คือการต่อสู้ของสี่เหลี่ยมใหม่ พระราชาทรงเลือกเรือลำหนึ่งเพื่อทำการแคสติ้งทำไม?

“เที่ยว จาก ความไม่มีขอบเขต

ด้วยเหตุผล

ในฤดูที่ผันผวน

ด้วยความช่วยเหลือของการบิน

เพื่อสร้างวิสัยทัศน์ใหม่

เมื่อชีวิตลากเราลงแล้ว

การทำสมาธิเป็นเรื่องดีเสมอ

ทฤษฎีเบื้องหลังหมากรุกเรื่องนี้เกี่ยวกับการทำลายล้าง

และเชื่อเหมือนเรือเกมหมากรุกและชีวิตเร่งเร็วขึ้น

เพราะการกระตุ้นกวี

และการเคลื่อนที่เป็นไปได้ในการเจาะช่องสี่เหลี่ยมการเดินทาง

พบบ้านใหม่ 81 หลังในเรื่องนี้

การเลือกเรือ เป็นไปได้พยายามค้นหาคว่ามลึกของทะเลไหม และ นั้นเวลาผมกำลังการประสบในทางทีเกาะพิพิ ผ่านไป ชนคลื่น และ มันน่ากลัวมากกับคว่ามตืนเต็น เลย ผมได้เรียนอะไร ถ้าเลือกเรื่อ เร็วเกาะหนึ่งอืนๆ มันอันตรายกิจการ แรกระบายออกไปน้ำ ปัสสาวะเมื่อเข้าในเรือ (หัวเราะ)

ฉันรักเรือเร็วเพราะฉันชอบลองสิ่งที่อันตราย และระหว่างทางไป เกาะพีพี เราผ่านเรือหลายลำ แต่กำลังนึกถึงการพายเรือแคสเกม หมากรุกของกษัตริย์ ระหว่างนั้นสปีดโบ๊ทของเราไปถึงเกาะพีพี เพื่อทำกิจกรรมทางทะเลอื่นๆ เช่น ว่ายน้ำ ดำน้ำ และสำหรับ ดำ น้ำตื้นกลางทะเลและเมื่อมาถึงดำน้ำในน้ำสีเขียวใสมาก ท่อช่วย หายใจในน้ำและครั้งแรกที่ผมได้สัมผัสกับสีเขียวและ น้ำทะเลสีฟ้า ของอ่าวมาหยา และหาดทรายสีขาวทำให้นึกถึงไฟเบอร์กลาสที่ เป็นส่วนหนึ่งของการเดินทางด้วยเรือเร็ว มีเวลาเพียงพอสำหรับ การดำน้ำ ท่อช่วยหายใจในน้ำ การแต่งกายในน้ำ กิจกรรมต่างๆ และโอกาสกลับขึ้นสะพานที่ลงน้ำ

“เที่ยว จาก ความไม่มีขอบเขต

ด้วยเหตุผล

ในฤดูที่ผันผวน

ด้วยความช่วยเหลือของการบิน

เพื่อสร้างวิสัยทัศน์ใหม่

พวกเราทั้งหมดในโลกกับการเชิญ

และสิ่งใดในโลกเพื่อการเรื่องเล็กๆน้อยๆ

เพราะชีวิตไม่มีคำบรรยายใต้ภาพ

ตอนนี้คนได้โทรทัศน์

ยังไม่รู้ ที่ข้อเท็จจริงของโครงวิสัยทัศน์

เมื่อชีวิตคิดใหมเกียวกับสีเทาการนวัตกรรม

มันเรียกงามในการลองเรือหรือบินไปรอบๆ

และสร้างการเฉี้ยง

อันไหน งัยธุรกิจการพิมพ์

หากันเถอะทีดีสุด สิลปของการพูดในที่ชุมชน”

แมื่อชีวิตทำให้คุณตกหลุมรักกับอีกชีวิตหนึ่ง แน่นอนว่าเป็นปืนใหญ่ในการวิพากษ์วิจารณ์ แต่อย่าตื่นตระหนก เพราะการปลูกป่าในทะเลทรายไม่ได้เป็นส่วนหนึ่งของการวิพากษ์วิจารณ์เลยและฉันเคยปฏิบัติตามแนวคิดนี้เลย ตอนนี้เราอยู่ในโลกที่ต่างออกไปและผมเชื่อว่ามันเรียกว่ายุคแห่งเหตุผลของมนุษย์ เมื่อชีวิต

เคลื่อนไปในการผสมผสานที่กำหนป้าหมายเครื่องได้ใช้โดย เจาะจงสมกับทางเทคนิคและทำงานทำวิจัย แต่ลองคิดตกการเดิน หมากของการละเล่นหมากรุกเลย มีชีวิตการเดินหมากเลือก ใน ยุคที่มนุษย์มีเหตุผลไหม

เมื่อฉันยังเด็ก ฉันได้รับจักรยานเป็นของขวัญจากพ่อ และฉันก็ไม่รู้ ว่าทำไมพ่อถึงให้จักรยานฉันเป็นของขวัญ เป็นวิธีการศึกษาหรือ ไม่? หรือเร่งชีวิตด้วยจักรยาน? แต่เมื่อตอนเป็นเด็ก ฉันเริ่มเรียนรู้ ด้วยเสียงระฆัง และสิ่งสำคัญเกี่ยวกับจักรยานสอนให้เรารู้จักวิธี สมดุลชีวิต เพราะเรายังไม่รู้ว่าจะตกอีกกี่ครั้งระหว่างเรียนขี่ จักรยาน แต่ต้องลุกขึ้น

ถ้าขี่เก่ง ควรหัดปั่นจักรยานช่วงอายุเท่าไหร่ดี? ในที่สุดฉันก็สนุก กับจักรยานคันนั้น แต่ได้ค้นพบข้อเท็จจริงของขวัญจักรยานของ พ่อฉันอีกครั้ง

ไม่รู้ว่าใคร

ค้นพบหมากรุกอีกครั้ง แต่มันกลับกลายเป็นเหตุการณ์ และเราใน ทุกการต่อสู้มีกำไรขาดทุน แต่ยังคงเป็นคำถามล้านบาท ทำไม กษัตริย์จึงมีทางเลือกให้เล่นหมากรุกเท่านั้น

“ เที่ยวจาก ความไม่มีขอบเขต

ด้วยเหตุผล

ในฤดูที่ผันผวน

ด้วยความช่วยของการบิน

เพื่อสร้างวิสัยทัศน์ใหม่

เมื่อชีวิต ไม่แก้ปัญหาคำถามการเข้ารวม

มันประเภทนั้นของความหลงใหล

และ ชีวิตน่ารักการกำหนด เป้าหมาย

แม้พวกเราอาศัยอยู่แปลกโลกหลักสีเทาการรวมกัน

มันเกี่ยวกับข้อเท็จจริงของความเข้าใจ”

จะมีชีวิตใดในโลกที่ไม่มีแสงตะวัน ฉันเชื่อว่าฉันสามารถเห็นสิ่งต่าง ๆ เนื่องจากแสงตะวันและยังพบสิ่งใหม่ๆ ตามนุษย์เกิดขึ้นพร้อมกับแสงตะวันได้อย่างไร? ตามนุษย์เกี่ยวข้องโดยตรงกับแสงเมื่อมาถึงโลกหรือไม่? เป็นไปได้ไหมที่จะเคลื่อนไหวโดยไม่มีแสงแดด? นี่คือทัวร์แสงของฉันเพื่อค้นหาสมการที่ยังไม่ได้แก้จำนวนมาก

ในที่สุดฉันก็ลงเอยด้วยทัวร์ 7 คืน 8 วันทัวร์ครั้งแรกของฉันที่ภูเก็ตประเทศไทยด้วยเกาะสองสามเกาะเช่นเกาะพีพีเกาะราชาและเกาะปะการังเมืองเก่าภูเก็ตและด้วยฤดูร้อนที่ผันผวน แต่ยังไม่พบคำตอบที่ดีที่สุดของฉัน คำถามที่ว่าทำไมในหลวงถึงเลือกปราสาทเรือเพื่อทำการหล่อ ในเมื่อเขามีตัวเลือกต่างๆ มากมาย เช่น ช้าง ม้า ทหาร รัฐมนตรีในเกมหมากรุก

End of the first volume WITH A NEW BEGINING

๘๑บ้าน-บทที่๒
จุดประกายโดยไม่มีไฟ'
'ทัวร์จากอินฟินิตี้ด้วยเหตุผล
ในฤดูที่ผันผวน
ด้วยความช่วยเหลือของการบิน
เพื่อสร้างวิสัยทัศน์ใหม่
บทกวีนี้จำลองอ่าง C9 แทนการตีความลุ่มน้ำ D6
ตรรกะเข้าใจง่ายมาก
เกี่ยวกับมูลค่าการเจาะศูนย์ ,
มันสนุกตรงที่คำแก้ไขที่ผ่านมา
ทำงานเป็นซูเปอร์คอมพิวเตอร์วิชั่น ,
เมื่อตาปีนผ่านสิ่งนี้
กระจก ตา พบว่ามีการออกแบบและแก้ไขที่น่าสนใจบ้าง
เรื่องราวความรักที่แท้จริงแล้วไม่ใช่ของฉันแต่สร้างขึ้นเพื่อฉัน
การลอบสังหารตัวละคร ,
หัวเราะเยาะอีกครั้งเมื่อตา
ผ่านประวัติศาสตร์ที่ผ่านมาอื่น ๆ
มันสนุกจริงๆที่ฉันจะคิดเกี่ยวกับ
สถานีอวกาศกระจก ,
'จิตรคุปต์' ส่งความจริงไวรัล
เกี่ยวกับการนำเข้าซูเปอร์คอมพิวเตอร์ของซอฟต์แวร์นี้
ตาตกใจกับข้อผิดพลาดนี้
การกำหนดค่า ,
โลกมี 100 เปอร์เซ็นต์เสมอ
การสำแดงที่ใสสะอาด
เมื่อโทรศัพท์มือถือของฉันเชื่อมต่อ

ไปที่กระจกของฉันทำไมสิ่งนี้
รุ่นข้อผิดพลาด ,
โลกกำลังเคลื่อนเข้าหา an
การเปลี่ยนแปลงบ้าน ,
สุภาพบุรุษ ตาจะให้
แฮกเกอร์ ตัวอย่างความงาม ,
เมื่อเราจุดไม้ และ
วางบนตัววัดหลังจากไม่กี่วันเราพบว่าเป็นคาร์บอน
เป้าหมายของเรื่องของฉันคือทั้งหมด
เกี่ยวกับชีวิตมักจะเป็นอุบัติเหตุและมันสัญญาณเหมือน
ลายเซ็นเป็นประกาย ,
นาซ่าอยู่ในอวกาศของฉัน
ฟ้า รัก ฟ้า ...

EVEN SMILE HAS A MEANING

GYAN CHAND PATTANAYAK
AUTHOR OF THESE 3 BOOKS -:
"SPARK WITHOUT FIRE"
"SPARK WITHOUT FIRE OF 2 CHAPS"

"HOW TO MAKE LOSS IN BUSINESS"
COMMUNICATION NO-: +91 7853045594
+91 7681830729

Printed by Libri Plureos GmbH in Hamburg,
Germany